tiếng việt
Thơ Quỳnh Iris de Prelle

Tranh bìa: Thuộc bản quyền của tác giả
Thiết kế và trình bày: Nguyễn Thành
Nhân Ảnh Xuất Bản 2021
ISBN: 978-1990434075
Copyright © 2021 by Quynh Iris de Prelle

tiếng việt
thơ
Quỳnh Iris de Prelle

tưởng nhớ mùa vĩnh hằng

vết thương

                        màu nho tím

tiếng việt

                không thuộc địa

đây không phải là thơ

                triết học của tự nhiên

vết thương

vết thương
tuyết trắng tháng 4
hoa mận trắng
anh đào đỏ
mộc lan tím

tất cả chúng ta đều mang những vết thương
vết thương nhiệt đới buồn
vết thương ngôn ngữ
vết thương từ những ký tự
vết thương từ những lời nói
vết thương từ những bình luận
từ những cuộc tranh cãi không hồi kết
từ những ấm ức đa mang
hậm hực buồn chán

tất cả chúng ta đều mang những vết thương
thuộc địa
đi tìm chính mình
thoát ra khỏi những nhào nặn
thóat ra khỏi đám đông
được cô độc
được zen
sự lẻ loi thành một giá trị
đôi lúc ngược thành
bên những đường biên không ranh giới
không thuộc lề lối nào

như buổi sáng phủ định
tháng 4
tuyết rơi trên những mái nhà
rừng mận trắng xoá tan
trên những cơn bão tuyết
mùa biến dị.

chúng ta miệt mài quên nhau
miệt mài không thừa nhận nhau
bơ vơ đến chết
tháng 4 rời xa
tháng 4 chia ly bất tận
tháng 4 mùa huệ tây đưa tang những con đường gió
những gánh hàng hoa

tháng 4
phục sinh
như khởi sinh bắt đầu
mùa xuân đến
nghẹn ngào trong nắng mai
những nụ hoa bung nở

phục sinh
tìm trứng trong vườn xưa
những hoài thai
ngày mai
trứng sẽ nở
hay những sinh sôi

loài người còn hiện hữu
hy vọng và tin yêu

Làm sao tôi biết được anh đã yêu
nhưng chắc một điều chúng ta thuộc về nhau

Đêm đầy ánh sáng
trăng
những đêm trắng
thức
ý nghĩ phủ dầy

thế giới dù ban ngày
đầy màu đen
của cái chết
của bệnh tật
của những kinh hoàng khắc nghiệt
bùn lầy
tội ác

Làm sao tôi biết được anh đã yêu
cái chết để ta nhận ra
chúng ta thuộc về nhau
chúng ta là phần còn lại của thế giới
lạc lối cõi người

ngày tái chế
tái chế giấy
tái chế nhựa
tái chế thực phẩm hữu cơ
tái chế rác

tái chế để tiết kiệm
làm giàu năng lượng
tái chế để làm sạch môi trường
giảm ô nhiễm
làm sạch đại dương
tái chế để sống thật bio
để chống biến đổi khí hậu toàn cầu
để giữ gìn trái đất
và không thể có lựa chọn nào hơn
tái chế
mỗi ngày tái chế một vài suy nghĩ
tái chế tinh thần của mình
bằng học hỏi nhận thức

rồi người ta dần dần tái chế tư tưởng của nhau
tái chế thi ca
tái chế các bản dịch học thuật

tái chế cả tình yêu
giữa những mất mát đớn đau
giữa những bạo lực u tối

tái chế trái tim mỏi mệt
những bộ phận chết lâm sàng

tái chế gương mặt mình
mỗi buổi sáng
mỗi tối trước khi đi ngủ

tái chế chính mình
một cái tôi thời đại.

mặt trời mùa đông
18h chói chang
chưa tắt nắng
cả ngày mây mù mưa bóng mây
chập chờn như nhớ người thương

mặt trời muà đông
mùa covid
chả khác lạ gì
tự nhiên vẫn thế
cây cối vẫn thế
trụi lá rồi nảy mầm
bung nở bông

con người có thế không
tìm kiếm nhau
xa nhau
lạc nhau
giết hại nhau
hầm hè nhìn nhau
đọc thơ nhau trong im lặng
viết thơ trong gào thét
né tránh nhau
thầm thì ghét nhau trong bóng đêm mù

đứng về phía nào
nhân dân lương thiện
hay những thối nát ngục hình
chỉ có phía của lương tri
trái tim và trí huệ
nhân dân mạnh mẽ đến lúc trưởng thành
xã hội đổi thay
tự thân phải đổi thay
những hình khối sức mạnh
trong kết cấu từng tế bào

không nhờ vào gào thét
không nhờ vào chủ trương duy ý chí
lý luận suông
như đại dịch đang diễn ra
nếu không cần công bố minh bạch
thì các nhà khoa học nên âm thầm tiến hành nghiên cứu
tại sao những người trẻ đột quy
suy tim lúc này
tại sao tại sao
chúng ta đứng ngoài thế giới
làm sao thế giới cảm thông chúng ta
như chúng ta luôn mỉa mai cười nhạo bên ngoài
làm sao chúng ta nhìn thấy những cái chết có thật
các nhà tâm lý nghiên cứu
các trường học đưa vào những thông tin xử lý đại dịch
cách phòng chống

thế kỷ 21
trí nhớ của tập thể
chứ không phải những chiếc máy tẩy não
quên đi hiện tại thành quá khứ
mù mờ lịch sử
chỉ một khúc hùng ca
chúng ta tự hào
chúng ta vô địch
chúng ta thừa kinh nghiệm
trong những dữ liệu số 0
đầy bí mật

mỗi người tự nhận ra
một chỗ đứng
một cách nhìn
đúng như bản chất sự việc
đúng như một thông tin có nhiều chiều xử lý
chúng ta sẽ biết
ánh sáng của tia lửa
rơi vào đâu
chỗ nào
để mầm xanh nảy lên
để những thối mục thành đất nâu
không vô ích
có những im lặng thành lời
thành hành động

có những lặng yên
không cần nói ra giữa ồn ào náo loạn
ngủ đi ngủ đi
hoa đang nở
mùa trái ngọt đến
vào mùa hè

Cô gái trẻ Mymanma bị bắn trúng đầu
một cái chết tháng 3 không cần lời tụng ca
ngày 8
không phải chỉ hoa
hay lời chúc tụng cho qua
ngày 8 tháng 3
để nhớ về những người đã mất
những người phụ nữ kiên cường
cho chúng ta quyền như ngày hôm nay
bình đẳng tự do
được lựa chọn
được sống
và chết ngẩng đầu
tươi thắm như hoa
không cần ai tặng
không cần ai dâng hiến
phụ nữ là chính mình
những trái tim và trí huệ
sự tự thân
nỗ lực vươn lên

Tháng 3
những người đàn bà bị bỏ rơi
bị nghèo đói
bị đánh đập
bị bán buôn
bị vào tù xiềng xích
nếu bạn có những bông hoa tươi thắm
dành một phút nghĩ về họ
bên rìa cuộc sống
trong khát khao được làm người phụ nữ
không chỉ yêu thương
yếu mềm
những người phụ nữ
tự do và mạnh mẽ hiên ngang

Lý thuyết nói rằng đàn ông là sao hoả
thế mà mãi bây giờ loài người mới chạm chân đến sao hoả
trong sự hoang mang hỗn loạn của con virus chết tiệt
sao hoả là đàn ông
hoàn toàn khác với sao kim
những người đàn bà đa đoan tiền kiếp
những người đàn bà phù phiếm
những người đàn bà mong đợi quá nhiều
những người đàn bà suy diễn
những người đàn bà yếu đuối
những người đàn bà tìm tự do vượt mặt đàn ông
những người đàn bà khóc than

sao hoả là anh
bên cạnh em
đơn giản hiền hoà bất tận
em tối giản hơn sao hoả của anh
không cần khám phá cả triệu năm với thế giới công nghệ nào
khám phá em
một kiếp con người thành thật
như những cây trồng ở vườn treo trên mây
không phải lúc nào cũng chính xác
cắt lá tỉa cành
nhưng luôn đủ nước
không bao giờ để héo
có thể đất cũ từ lâu
nhưng làm vườn thật sạch
bắt sâu mỗi ngày
cầu nguyện mỗi ngày
như những ngắm nhìn thiền định
biết ơn mỗi ngày
tinh thần của reiki

vỡ ngực, n lần
bừng tỉnh giữa tuyết băng giá lạnh
nở trong sương mù
đoá hoa trắng mong manh
vỡ ngực nhuỵ vàng
mùa xuân đến
mặt trời thức dậy sớm
đi ngủ muộn màng lúc chiều hôm
người đàn bà không còn xuân xanh
bắt đầu mùa xuân khác
tròn đầy như mặt trăng
trời xanh đầy nắng
cô ấy tự hỏi
đến lúc nào đó
con người đơn giản hơn
thì nhìn thấy nhiều tươi sáng
biết thế nào là hạnh phúc
như đi bộ trên con đường đầy hoa dại
mọi người chào nhau
thật nhẹ
đôi mắt biết cười
những rừng cây như chết
thực ra là đang tràn đầy nhựa sống
chỉ vài tuần nữa thôi
lá mọc mầm hoa nảy bông đơm nụ
có những con người đang tồn tại
như lại đã chết lâm sàng từ lâu

Đám mây xếp thành những khối vuông rubich
Nắng chảy trên những cánh rừng
in hình những chiếc lá
vàng xanh đỏ úa màu trên màn trời cao rộng rãi bao la
những hàng xe nối nhau
buổi sáng như mọi ngày
tắc đường
tai nạn
sửa đường
những tấm pano bảng hiệu da cam
luôn làm cho những giật mình phanh gấp
những hàng xe nối nhau
mùa hè đi qua vội vã
những ý nghĩ vội vã
thoáng qua
thật mau
quên thật nhanh
Những đám mây
những hàng xe
những mùa hè
những đám đông
sự ồn ào và tĩnh lặng
tình yêu và bao dung
ở lại
trái tim còn biết buồn
thổn thức
giữa trùng trùng cuộc thế nhân gian

Nước mắt da vàng
mùa nhiệt đới
bạn còn nhớ dấu ấn xưa Núi đọ Đông Sơn
mai an tiêm đi tìm trái ngọt
trên cát mặn phù sa
bạn còn nhớ lịch sử xa xưa
về loài người chúng ta
về truyền thống cuả chúng ta
trong tình thân nhân loại

Nước mắt da vàng
sao đôi bàn tay chúng ta chia xa
sao những trùng điệp trắc trở
những nhịp đập trái tim lầm lỡ
nhân sinh những kiếp người
độc quyền chữ
độc quyền tự do
độc quyền những lựa chọn

Chúng ta có thể ngồi cùng nhau
đối thoại
nhìn vào mắt nhau
như những người yêu nhau
vô điều kiện
chúng ta có thể ngồi cùng nhau
sát lại
bên nhau
da vàng nhiệt đới
đừng để nhiều nước mắt rơi
chia rẽ hận thù

Chúng ta có thể nắm bàn tay nhau
siết chặt
xin đừng chặt đi những mầm sống tự do
xin đừng chặt đi những khát vọng bình minh
xin đừng khép nhau những ngục tù
xin đừng
xin đừng
làm ơn yêu thương nhau
yêu thương nhau những giọt nước mắt da vàng
Nước mắt da vàng
mùa nhiệt đới đa đoan

Con bướm trắng đậu trên vành hoa trắng
cỏ xanh
xanh tận mặt trời ngủ
chiều biền biệt nắng
hoàng hôn thức
mùa quan san
người quan san
tình quan san

Lời nói của tình yêu
sự trân trọng
những kỷ niệm và nỗi nhớ
người đàn bà của gia đình
thương yêu
của những chuyến đi các kỳ nghỉ
giai điệu âm nhạc và ký ức
Maria eva vang vọng
nước mắt trên những phím đàn
rưng rưng giọt ngọc

Tiễn đưa mùa thu
hoang vắng
tiễn đưa người của thế kỷ
giữa những cuộc chiến tranh tàn khốc
giữa những chia xa buồn bã
bên cửa sổ mỗi buổi chiều
người đàn bà ngồi một mình đọc sách
mảnh vườn cô đơn
những bông hoa không đứng một mình

tình yêu còn lại
gia đình còn lại
những giọt châu sa
nghẹn ngào

biền biệt chiều thu hoang vắng
tro trải mịn màng trên cỏ xanh
gió cuốn đi
tình người ở lại
ký ức còn lại

bao kỷ niệm
như lần đầu gặp nhau
bà nói rằng, cháu ở đây cùng chúng ta
chúng ta là một gia đình

ngày cháu trở thành người của vương quốc hiền hoà
là ngày bà trở lại
tái sinh
linh hồn
tan biến vào cõi hư không
tĩnh lặng
của một cuộc đời sôi nổi

Tiễn đưa mùa thu
mùa lá chín rụng đầy
đến và còn lại
còn lại và tái sinh

con bướm trắng đậu trên vành hoa trắng
chiều bay bay
những câu ca bay bay
mùa thu bay bay
tro bụi bay bay

Maria eva
niệm sinh
khúc nhạc khởi hành

Nói gì cuối năm 2020
nói với gió mưa ngoài kia đang gào thét
nỗi buồn khép kín
niềm vui khép kín
sự kết nối khép kín
một thế giới rộng rãi đang dần khép kín lại
những hệ giá trị mở ra
trong những vòng tròn khép kín

Nói gì cuối năm 2020
mùi thơm cafe khép kín trong những căn nhà
những tách trà khép kín trong những buổi chiều
những tình yêu khép kín trên những màn hình
những cuộc gọi khép kín
một tương lai mở ra
trong những mối quan hệ khép kín

Nói gì cuối năm 2020
sự câm lặng khép kín
những gào thét khép kín
những cơn ác mộng khép kín đêm
những bàn tay khép kín lại đan vào nhau
sức mạnh mở ra
tinh thần mở ra

Nói gì cuối năm 2020
khép kín dần lại
mở ra một năm mới
2020 hy vọng có còn khép kín không

tiếng việt

tiếng việt
13 tuổi, tôi bắt đầu yêu chữ của anh
23 tuổi, tôi bắt đầu thiền chữ của anh
33 tuổi, tôi học cách quên chữ của anh
43 tuổi, tôi nhận ra từ
từ kiếp trần ai nào đó
anh là linh hồn của tôi
là cuộc đời viết tôi mang
sự nghiệp này
khi anh nằm xuống
tôi biết rằng, tinh thần, trí huệ của anh trong sự sống còn của tôi
anh, thần linh bất diệt

tôi là diên vỹ xanh
mang nhiều hy vọng
anh là màu đất nâu
trầm lắng
hoa nở vì đất và nước và ánh sáng
đất lặng im nuôi dưỡng màu hoa
nước là sự sống
bám chặt đất nâu và rễ thật sâu

cành mai nhật
màu đỏ pha da cam
cánh kép
tôi nhớ một mùa đông hà nội
ở chợ hoàng hoa thám
tôi mang về một chậu mai nhật đỏ

gối nhung đỏ ngỏ lời yêu tôi
một đêm trăng hồ tây

gối nhung đỏ nói với tôi
anh yêu tôi thật rồi
tôi cười lúc lắc
anh không bao giờ yêu tôi
cô gái văn chương thất thường nhiều chán chường cuộc thế
biết đời là định mệnh

gối nhung đỏ đầy ghen tỵ với anh
mang đến cho tôi chiếc bánh pizza
một ngày ngập lụt
cả hà nội trong đầm nước
tinh yêu có lúc mênh mông
như nước ngập
rồi cạn kiệt từ từ

làm sao nếu có thể
tôi được yêu cả gối nhung đỏ và anh

tôi đã không chọn ai
để độc hành
và không phản bội

mùa xuân nói rằng
virus chứa đầy trong những nhuỵ hoa
trong bầu không khí dù không ô nhiễm

mùa xuân nói rằng
ở nhà đi
nhìn hoa qua những ô kính
qua vòng tròn tưởng tượng

mùa xuân nói rằng
người đã ra đi
phải đi thôi
sống đủ mệt rồi
tuyệt vọng cạn lời

mùa xuân nói rằng
hãy trở lại
một tinh thần super hero
để giải cứu
những linh hồn
sự sống

mùa xuân nói rằng
tiếp tục yêu cuộc đời này
yêu khoảnh khắc lịch sử này
những ngày lockdown thế kỷ
vườn treo trên mây
ly cafe vừa đắng vừa khóc
nước mắt tràn ly

mùa xuân nói rằng
sự xám hối
những thúi tha
những cuộc chạy trốn
kiếm tìm
nỗi buồn trên cây
hay niềm vui trên mây
đại dương ngập trong rác

mùa xuân nói rằng
thi ca và tình yêu

anh đã nói đúng
tình yêu là vô sở cầu
vì anh có đạo

tôi đã nhìn thấy
cuộc đời vô sở cầu
vì tôi sống đủ

chúng ta đã đúng
khi không chọn nhau

đứng từ xa
tôi nhìn thấy những đứa trẻ thiếu vắng cha

tình yêu là một mái ấm
và không cần điều kiện nào
đó là sự thật

Chết
vô sở cầu vô sở cầu
Yêu
vô sở cầu vô sở cầu
Hiện hữu
vô sở cầu vô sở cầu
Khởi sinh
vô sở cầu vô sở cầu
Viết
vô sở cầu vô sở cầu

Mùa tiếng việt buồn
mùa nước việt buồn
mùa tang buồn
hoa buồn
covid không thể nào buồn hơn
trái tim chạm vào tro bụi
chạm vào cõi thiên thu

nghìn trang viết trở nên vô nghĩa lý
mọi cuộc tranh dành trở nên vô nghiệm
những cuộc cấm đoán trở thành phi lý
những cái chết nhiệm màu
nhà văn việt người viết tiếng việt khổ nhất thế gian này
nỗi khổ đau tâm trí
sự nhục hình tinh thần
cùng quẫn bi thương
bi phẫn trong những gông cùm vòng tròn vô sản
những lý tưởng hụt hơi
những tư duy không thể hoá giải thành
những hệ thống mang tên xã hội hay một thể chế
của con người nhân văn tinh thần nhân loại
quẩn quanh quẩn quanh
lò cò trong những màu mỡ kim tiền
trang trí xa hoa
sự cố gắng phi thường vượt cỡ
thoát khỏi nguồn gốc tổ tiên
trở thành lạc lõng
đánh rơi những di sản
không thể ghi chép lại
những hội họp triền miên vô cùng nghiêm túc
nhưng không làm gì thực chất
cho chính sự hiện hữu đang diễn ra
cho chính thế hệ đang sống còn

cứ để cho vật vã bơ vơ
đến ngày cuối cùng chết chóc
hát khúc ngợi ca muộn màng
sự muộn màng choáng ngợp
giá như đã từng nâng niu
giá như đã từng coi như là cấp thiết sống
giá như
giá như biết nhìn nhận giá trị thực của nhau
giá trị thực của con người và tác phẩm

hoang mang này nối tiếp hoang mang kia
tất cả sẽ nằm xuống ai cũng nằm xuống
nhưng không ai chuẩn bị cho ai cả
những tai biến đột ngột
bừng tỉnh
rồi lại kiếm tìm lịch sử
rồi lại bao nhiêu huyền thoại
sắc sắc không không

Bạn có thể vừa sống sót vừa chết cùng một khoảng khắc
trong một giây
hay một phút
hay một ngày
với những email
và những dòng tin nhắn
với những cuộc gặp
và những cuộc hội thoại
không thể nhìn thấy nhau
mà chạm vào bằng chữ và thi ca

Bạn có thể vừa sống sót vừa chết cùng một khoảnh khắc
như tôi ngồi đây
bên cạnh chậu hoa nhài giữa mùa thu
lạnh lẽo đầy buốt giá
tôi đọc các văn bản của những người bạn, những người tôi
yêu và những người xa lạ
với những ngôn ngữ khác nhau
tiếng thở, nhịp đập và những âm điệu
lời, giọng nói và những linh hồn

Như tôi được sống và tái sinh
sự đam mê
tình bằng hữu
những mối quan hệ con người nhân loại
không phân biệt và sự đa dạng văn hoá

lời và giọng nói
nhịp điệu và nhịp đập của trái tim
sống và chết trong 1 khoảng khắc
để tiếp tục
ngày mai
xoá hết hận thù
hết tang thương

được sống và chết như một
với yêu thương sâu sắc và sự trân trọng
con người và tự do
trên mặt đất này và khắp các thiên hà

giọng hát của người đàn ông trên dải Gaza
từng nhịp bước chân buồn bã
những cuộc đuổi bắt xuống đường

tôi nhớ một người đàn ông của tôi
đang chìm đắm trong một nỗi đau khác
sự mơ mộng của thi ca

những cuộc nội chiến giết chết hàng loạt phụ nữ và trẻ em
những cuộc đuổi bắt

những chiến tranh của nội tâm con người
giết chết những tinh thần
rơi vào cùng quẫn bê tha

những chiếc thuyền lênh đênh
bài thơ của tôi như một đôi cánh
hay rơi vào vũng lầy tăm tối

bước chân chạm vào mặt đất
sự sống tiếp tục
mọi sự bắt đầu
như một cuộc khai sinh mới
từ những trang văn bản
những cuộc phỏng vấn

sự cứu rỗi từ những cuộc gặp gỡ
niềm tin và trao nhau tiếng nói
sự thức tỉnh trái tim
hay nhân từ
của loài người
được giáo dục hoá
giá trị lưu lại
ở những kết nối
sự hợp tác

sự cứu rỗi từ chính tôi
từ nhịp và hơi thở
cất lên
tìm thấy sự bao dung
chấp nhận

một sự hiện hữu
như bắt đầu
khai sinh
những đứa trẻ lớn lên
từng ngày thay đổi

tương lai
từ những giá trị hiện tồn hôm nay
và ngày xưa

tôi được sinh ra trong ngôi nhà cổ xưa của ông bà
làng mỹ hào
bên dòng sông
những cánh đồng lúa gạo xanh bát ngát có năm mùa đói hạt
còn giữ nguyên những giọng nói tiếng việt xưa

tôi được lớn lên trong những ngôi nhà tình yêu của mẹ cha
ròng rã khóc dạ đề
tiếng việt
tôi tập nói hàng ngày
tôi bắt đầu đọc những bản việt ngữ
không gia đình
và những người khốn khổ

tôi được học tiếng việt từ ông ngoại
viết những lá thư
tin tức từ những bản việt ngữ từ radio
những trang văn cổ ngân nga từ bà ngoại
tiếng việt truyền thống văn hoá dân gian từ mẹ

tiếng việt khởi sinh tôi
tư duy triết học của tôi
tiếng việt
văn chương nguyễn huy thiệp khởi sinh tôi
tình yêu của con người
cái ác
nỗi cô độc triền miên
sự im lặng triền miên
triết học của tiếng việt
là văn chương nguyễn huy thiệp

nguyễn huy thiệp dặn tôi
đừng viết văn đừng viết văn
tôi ậm ừ
đã mấy chục năm tôi viết
chỉ viết cho mình
trên hành trình cô độc
của tuổi 20 yêu dấu
viết cho thế hệ mình
viết cho những cuộc đời mình nhìn thấy
viết cho những mất mát
những nỗi buồn có thật
những kẻ độc quyền chữ
độc quyền tư duy
độc quyền tiếng việt

và
tiếng việt kết nối tôi
giữa những ngôn ngữ khác
thi ca tiếng việt khởi sinh tôi
giọng đọc tiếng việt nuôi dưỡng tôi
sự hiền hoà
đẹp đẽ
trong thế giới đa dạng văn hoá và ngôn ngữ khác nhau
nguyễn huy thiệp đã nhìn thấy
nơi tôi đang sống ở đây
từ lúc gặp tôi ở hà nội
cô không thuộc về nơi này, việt nam
cô thuộc về quý tộc châu âu

nguyễn huy thiệp
người duy nhất bên tôi
chờ tôi ở hàng hành bảo khánh

ngồi trả lời những câu hỏi
để tôi ghi chép lại tiếng việt của ông
cách nhìn của ông
về văn chương
người lang thang cùng tôi
trên những con ngõ nhỏ
kể về hà nội
về những con người ông gặp
để viết
hay những cuộc đời ngang qua

tôi kể cho ông
những bộ phim hay nhất
tôi từng xem
những trang văn hay nhất
tôi từng đọc

thiệp không lên mặt dạy tôi như những kẻ trượng phu khác
em phải thế này thế kia
em phải chăm ngoan

thiệp biết tôi có thừa lễ nghĩa
lại còn nhiều hiểu biết
hơn cả tuổi của mình
thiệp tôn trọng tôi
như một người bạn vong niên

gặp thiệp lúc nào tôi cũng hồn nhiên
có nhiều chuyện để nói
sân khấu phim ảnh
nghệ thuật

thiệp lắng nghe tôi
những điều tôi chả nói được với ai
những điều không ai nghe tôi
một cô gái trẻ
luôn thấy cuộc đời đơn giản hơn nhiều
giữa muôn trùng bất trắc vô lương

thiệp nói cho tôi những bí mật cuộc đời
trong văn chương tiếng việt của ông
văn chương của người đàn ông nói lắp
ít giao tiếp giữa đám đông
văn chương lay động
thức tỉnh nhân gian
văn chương không kể lể
show ra những khuôn hình
chạy trên những trang giấy
những dòng chữ
như định mệnh
văn chương tiếng việt
nguyễn huy thiệp

tôi đã rời xa hà nội
rời xa thiệp
rời xa 39
rời xa những con phố nhỏ
rời xa lụa là gấm vóc
những trang phục hàng ngày quen thuộc của tôi
hà nội của tôi
một hà nội cô đơn
giữa triệu chen chúc người
lẻ loi giữa những mùa hoa

sài gòn đã mở những cánh cửa khác
tiếng việt
một tư duy khác
và
những chuyến bay đêm
về hà nội

tôi đã không gặp lại
tôi đã lặng im
theo những dòng chuyển động
của tuổi trẻ để tìm zen

tôi nhìn thấy đạo từ thiệp
để sống
để viết
để tránh ồn ào
để nếu nói ra, sẽ nói một sự thật
để nếu còn thở, sẽ biết nhìn về phía mặt trời
để nếu còn sống, sẽ biết nhìn về bóng tối

tôi đã lỡ hẹn cùng thiệp mùa đại dịch 2020
tôi đã nhìn thấy những bản tin
người đàn ông
mang tên nhà văn lớn của tiếng việt
thời đại chúng tôi
người gắn bó với tôi
tiếng việt thời tuổi trẻ
ra đi

không có chuyến bay nào lúc này
không có vaccine lúc này

đại dịch cách trở
một ngày cuối cùng của mùa đông
2021
năm tôi tuổi 40

không thể chạm vào
nhìn vào con người ấy
đôi mắt hiền từ thoáng lúc lo âu

tôi chỉ nhìn thấy
trên màn hình
mờ sương
nước mắt thành một giọng nói
những con chữ
rơi xuống

tiếng việt yêu thương
tiếng việt chở che
tiếng việt hiền hoà

tiếng việt vĩnh hằng nằm xuống
còn lại nguyên
tác phẩm
còn lại nguyên những cuộc đối thoại
những đĩa gốm thơ
những dòng chữ hiền từ

còn lại nguyên
những ngọn gió hua tat
còn lại nguyên thổ cẩm

còn lại nguyên những dòng chuyển ngữ
những bộ phim từ tác phẩm của ông

còn lại nguyên ký ức
một tình yêu của con người và con người
suốt một đời lặng yên
khiêm nhường
khổ đau
đến lúc nhắm mắt thiên thu

tiếng việt nguyễn huy thiệp
của tôi
giọt nước mắt
đang lăn
đêm thâu
giữa những trùng trùng đại dương

tiếng việt yêu dấu
bông mai trắng
chạm vào đất nâu
mùa vĩnh hằng

tháng 3
không còn trầm cảm mùa xuân
không còn trầm cảm mùa xuân
không còn những cái chết trong tưởng tượng
không còn những cái chết trong tưởng tượng
Chào tháng 3
đầy nắng
chờ xuân đến
mùa xuân thứ 2 mùa đại dịch
chờ xuân đến
làm vườn trên những ban công nắng
trên khu vườn tình yêu
nhiệt đới mùa Tết tan
Chào tháng 3
tulip đang lớn lên sắp nở
hoa giấy đang bung mầm hoa mới
vườn treo trên mây xanh tím
bạn có còn tin những bài thơ tình uốn éo ướt mưa
bạn có thấy
bạn có biết
một thế hệ yêu Tết
yêu nhà
thích trồng hoa

ngày nắng biết điều
thay chậu làm đất mới
gieo trồng củ hoa diên vĩ xanh
chờ mùa hạ đang sắp hết mùa đông
có một mùa xuân lockdown
đến tận năm nay chưa hết
đại dịch
và còn bao lâu nữa
cuộc sống trở lại bình thường
như vốn có từng trăm năm

ngày nắng biết điều
những ngày cuối đông
nắng và nhiều ánh sáng
dù vẫn khăn choàng
đêm vẫn lạnh giữa mùa trăng
những nụ mầm đang nhú
bật gốc lên những cành mới

ngày nắng biết điều
đại dịch vẫn chưa ngưng nghỉ hết
vẫn chưa hết những giọt nước mắt đắng cay
vẫn chưa hết những đau khổ cuối cùng
vành tang trắng
vòng hoa tĩnh lặng
cát bụi phủ kín trời
đàn chim vội vã tìm trú ẩn

ngày nắng biết điều
trong bếp những túi treo bio
thời gian yên tĩnh
người người yên tĩnh
ngoài kia máy cắt cỏ kêu ầm ầm
những mầm xanh

nhớ
những hàng tre xanh bao bọc quê nhà
những triền đê ngập mặn
những cánh đồng cói bạt ngàn
chạy tung tăng đuổi bạn
nhớ

những buổi trưa đi học
chạy qua nhà Thoa
đến ngõ nhà Mừng
đi qua những chiếc cầu dừa
tìm đuổi những bông hoa dại
nhớ

ngôi trường xưa giữa những hàng nhãn xanh tươi lá bốn mùa
vườn địa lý bên những khóm hoa
bãi cỏ xanh mượt
những hàng dừa nghiêng theo bờ kênh
con đường đi học về
chạy qua nghĩa địa
ghé qua nhà ông Mật ông Tông

bước vào căn nhà yêu dấu
mùi bánh đa thơm phức
nước dừa trong vắt
cây hồng xiêm trổ bông
xoà bóng mát
nhớ

tuổi thơ
đã lớn lên trưởng thành
từ cội nguồn dòng sữa mẹ
từ yêu thương vô bờ bến
nếp nhà
những bài học ý chí làm người của ông
sự từ tâm của bà
nhớ

dấu ấn xưa Núi đọ Đông Sơn
mai an tiêm đi tìm trái ngọt
trên cát mặn phù sa
truyền thống cuả chúng ta
trong tình thân nhân loại
nhớ

những con đường 2 chị em cõng nhau
chờ mẹ cuối tuần đạp xe về
đếm những cây cột điện
đếm những mái nhà giữa cánh đồng xa
nhớ

tuổi thơ
không bao giờ xoá nhoà
những ký ức vẹn nguyên
thành người nhân loại
hôm nay

con nói về Napoleon thất bại đầy kiêu hãnh
tự hào người đàn ông của lịch sử muôn đời
con nói về Wellington người đàn ông chiến thắng
chàng trai quyền quý
đi vào lịch sử của thời đại

chúng ta nói với nhau
về thời gian đã qua nhiều hơn hiện tại
bởi hiện tại như bắt đầu
và sống thật trọn vẹn mỗi phút giây
như những lúc con say sưa ngắm nhìn lịch sử
trân trọng những con người xa lạ
mà gần gũi
sẽ theo con trên những chặng đường đời
những chông gai

chúng ta nói với nhau
về nhân loại
những nơi sống khác nhau
những trận chiến
những khắc khổ của thiên nhiên
mang lại bao thiên tai và nghèo đói

chúng ta nói với nhau
về các dân tộc
sự di cư
trên những con thuyền
hay những đường biên hàng rào thép gai
hay những bức tường
ngăn cách
những bức tường của định kiến
của sự hẹp hòi ích kỷ
những bức tường máu đổ
chia ly

chúng ta hy vọng và tin yêu hơn
ngày hôm nay
ở đây
trên ngọn đồi này
con nhìn thấy những trận chiến như có thật
trở thành người đàn ông mạnh mẽ
dũng cảm
và yêu thương

Khởi sinh phút giây này
khoảnh khắc này
ngày hôm nay
tháng này
tôi được sinh ra

quê nội
bên dòng sông hiền hoà
tuổi thơ bố tắm mát vui đùa
những cánh đồng bát ngát
ngôi nhà xưa
bên bếp lửa hồng
nhưng ngọn đèn dầu thắp sáng đêm thâu

Khởi sinh tôi
tình yêu của mẹ cha
dòng máu hào kiệt của bà
sự lặng lẽ của ông
tinh thần Người mang nước
Bảo Bình tháng giêng 2

Khởi sinh tôi
Triết học của Tết
sinh sôi
tương hợp
mùa xuân
đa đoan
nhiều ước vọng
nảy mầm mới

Khởi sinh tôi
thế kỷ này
thế hệ của chúng tôi
40 năm lớn lên
dòng ngược xuôi
đổi mới
dòng chảy thiên di
thế giới phẳng
xa lộ thông tin
mạng xã hội
bloger hot facebooker

Khởi sinh tôi
những trang viết
những bộ phim
những ý tưởng
cảm hứng sống bất tận
tình yêu khởi nguồn
những đam mê
thi ca và tình yêu
Song tử
Buổi sáng phủ định
Người mang nước
Biến đổi khí hậu
Vườn treo trên mây
Sắp đặt Tết Việt online

Khởi sinh tôi
khởi sinh mùa
khởi sinh Tết

Khởi sinh thời đại mới
một đất nước mới đang đổi thay
những công dân một thế hệ khác
những dòng người
chuyển động chuyển động
Khởi sinh
mùa xuân này
thế hệ hôm nay

Trọn vẹn khởi sinh
Sinh nhật ngày mùng một Tết
2021
mùa tuyết dầy phủ kín
mùa Tết nồng ấm
Như đã già
mà vẫn còn trẻ nhỏ
trong mắt bố mẹ đang già đi
gần 70 năm

Trọn vẹn khởi sinh
tình yêu
và tự do
Thơ kín đầy những trang giấy
tinh thần Reiki
kết nối
Zen từ tâm

Khởi sinh bản thể
Khởi sinh cái tôi trong cái chúng ta
Một lần nữa sinh ra
Giấy khai sinh thứ 2
ở quê hương tình yêu vĩnh hằng
người đàn ông và 2 thiên thần nhỏ
những con người có thật
hiền hoà và trong veo

Khởi sinh
đi tìm thêm nguồn cội mới
từ Bắc Mỹ chảy ngược lại dòng
nguyên thủy Châu âu

Khởi sinh
một thế hệ khác
thế hệ Reiki
kết nối và lòng biết ơn

Lan Nam Phi
những cành hoa không thấy lá
những nụ bông gọn gàng xếp vào nhau
trên những thân mềm xanh biếc
hoa Nam Phi nở vào mùa đông
sinh nhật người tình
Lan Nam Phi giữa cẩm chướng đan thanh
dần dần bung nở
mùi thơm dịu dàng
màu tím thiết tha
nhạt bớt dần
đẹp đến nao lòng
mùa băng giá
Lan Nam Phi
giữa mùa đông
thơm tho
chạm bàn tay vào thật ấm
nhìn thấy mặt trời chói lọi
giữa những cơn mưa

Lan Nam Phi đã thành khô
tung tăng trong tay người đàn bà
Khởi sinh
40 năm tuổi
như một cô gái nhỏ
bắt đầu thanh xuân mới
Lan Nam Phi tím biêng biếc
ánh vàng
hy vọng
sinh sôi trong yên lặng

Người đàn bà yêu
Khởi sinh mùa
Khởi sinh cuộc đời
Triết học của hoa
của tự nhiên
và con người
giao hoà
Xuân
đến

Đi chợ tết
cửa hàng mới sửa lại sắp xong
đông người
toàn các bạn tóc vàng
mua nước mắm
rau thơm

mứt dừa đã hết
mua gạo nếp cái hoa vàng
kim chi
soup miso
lá thơm đồ xôi
mì hàn quốc
kẹo mè xửng Paris

Đi chợ tết
đông người quá
mưa to
ghé vào brico
mua được cây đinh lăng hạ giá
mua thêm được cây xanh aquarine
đợi metro
về đến nhà
mưa vẫn rơi

đi vào bếp
pha một tách late thật nóng

tuyết về
lúc chiều chạng vạng
chờ bánh chưng tết
tháng 2 khởi sinh mùa

tết- triết học cuả chúng ta

Đang mùa đông lại nhớ mùa hè
Những cuốn sách của tôi
trên những bậc thềm
những ô cửa
những giàn hoa
những chiếc bàn
Những cuốn sách của tôi
im lặng
kiệm lời
trong những hoang mang
đa đoan đầy trắc ẩn
trong những nỗi buồn nhân loại
trong những chuyến đi
cả sự huỷ diệt héo mòn
Những cuốn sách của tôi
chân trời của những đường bay
ngược chiều mây
trên những không gian của bầu khí quyển
trong lành
ô nhiễm
Những cuốn sách của tôi
đang hoài thai
đang tìm ID
như tôi tìm chính tôi
giữa cuộc thế
đơn giản tôi tìm chính tôi
trong bản thể này
Những cuốn sách của tôi
bạn đọc của tôi
sự kết nối
thi ca và tình yêu

Những cánh đồng tuyết
Những rừng tuyết
Những ngôi nhà tuyết
Những đứa trẻ nằm trên tuyết
chiều muà đông thật dịu êm
trong nhà dưỡng lão
những mũi tiêm vaccine đầu tiên mùa đại dịch

Những cánh đồng tuyết
bay bay khắp núi
bay bay khắp triền cao
lâu đài ấm áp mùa ánh sáng
thông xanh lấp lánh đèn màu

những nụ hoa tuyết
xuyên nở
trên những gương mặt khẩu trang
lấp lánh nụ cười vaccine

cả chân trời tuyết
yêu thương

đây không phải là thơ

Những chiếc đĩa gốm
đựng đầy hoa khô
thanh thản
trong im lặng
những màu sắc tàn phai
có thể đậm màu hơn
đẹp hơn

Những bình hoa trong suốt
thủy tinh trắng
những gốc cây trần trụi
rắn rỏi với thời gian
những chiếc lá khô
không còn mềm mại
trong cái chết
của tự nhiên
loài người giữ lại
chia sẻ
sự chạm vào
với tự nhiên
zen
zen
nhân văn
tình yêu

4 mùa của thiên nhiên
trong những ngôi nhà
những hàng cây
những cánh rừng
đang dần mất đi
và chúng ta ở đâu trong tương lai
khi màu xanh đang chết dần
thế giới đảo ngược
con người trong những tấm gương
nhìn thấy chính mình
những hố đen thẳm sâu

buổi sáng
bạn vẫn nhìn thấy mặt trăng
sự tồn tại của bạn
hay sự tồn tại của tự nhiên
chúng ta sống mà không thể mơ mộng
như màu xanh
như ánh trăng
giai điệu một ngày mới
bắt đầu
tương lai của những đứa trẻ
từ hôm nay
hay là khoảnh khắc này

thế giới đảo ngược
làm sao giữ lại được
ánh sáng
làm sao giữ lại được
tình yêu con người
làm sao giữ lại được
yêu thương trong tim
làm sao giữ lại được
ánh sáng của niềm tin
màu xanh

Đây không phải mây
đây không phải bầu trời bình minh buổi sáng
đây không phải cánh rừng
đây không phải núi đồi và thảo nguyên
đây không phải mùa đông

Đây là tôi
tôi là đây
ở đây
tôi tôi tôi
cùng con người
loài người đang vừa sống vừa chết
vừa loay hoay bệnh tật
vừa chán ghét nhau mùa lễ hội
vừa buồn bã
vừa cô độc
vừa khóc đêm giáng sinh

Tôi ở đây
mặt đất quạnh hiu giữa hơn 8 tỷ người
thành phố trống giữa hàng triệu người
những gương mặt mệt mỏi
đôi chân mệt mỏi
chỉ muốn ngủ yên
ngủ mãi nghìn thu

Đây là tôi
tôi đây
mà không còn giọng nói
không còn nụ cười
tự do trong một chiếc hộp
đa diện đa sắc đa thanh
đa giọng nói mà không phải tôi
tôi không phải là tôi
mà ai đó
nhóm người nào đó
đại diện cho tôi

Tôi là đây
đây là tôi
không phải là tôi
không phải tôi
không hề tồn tại

đây không phải bánh mì
màu sắc của lửa
của sự giận dữ
những cơn nóng

đây không phải bánh mì
trái đất của chúng ta
đang cháy
cháy rừng
cháy những cánh đồng khô hạn
cháy những ngôi nhà thiếu tình yêu
cháy những trái tim cạn kiệt máu
cháy
cháy
cháy

đây không phải bánh mì
mà những cảnh báo
về màu xanh đang biến mất
tình yêu đang biến mất
zen đang biến mất

Ngồi cạnh tôi trong lớp môn kịch nói là bạn gái Iran
một nghệ sỹ nổi tiếng
bạn ấy buồn bã với sự kiện Iran và Hoa kỳ
không có năm mới không có giáng sinh
tôi ôm bạn trong sự nghẹn ngào

Ngồi cạnh tôi trong phòng họp cho festival Thơ năm nay
là một nhà thơ
có con trai vừa qua đời
sau bữa tiệc cuối năm
trên đường trở về nhà
cậu ấy rơi xuống dòng kênh
tôi choáng váng suốt những ngày đầu năm
khi nhìn vào tấm hình
chàng trai trẻ 21 tuổi đeo kính gương mặt thiên thần

Những người bạn của tôi
khắp nơi trên thế giới
giữa vùng giàu mỏ giàu có
giữa những sắc màu văn hoá phồn thịnh
chiến tranh chiến tranh
những cuộc nội chiến
những cuộc vượt biên
tìm sự sống
thoát khỏi những cái chết
bạo lực
Đất nước của tôi
từ xa về phía đông mặt trời lên
mỗi ngày bao nhiêu người bị chết bởi tai nạn giao thông
bởi những cái chết bất tử bất thình lình
bởi những cuộc rượt đuổi khác
những sự mâu thuẫn sâu sắc
xung đột từ chính nội tâm
lương tâm của chính nghĩa
hay những đấu đá chính trường
sự độc quyền
độc quyền của chữ
của thưởng thức
đến độc quyền sự sống
độc quyền đến cả cái chết
oan khiên

Hoà giải
bình an
ở mỗi trái tim và trí huệ
hay những gào thét ai oán
hận thù ngất chất chứa chan nước mắt

Bàn tay tìm kiếm bàn tay
trái tim chạm vào rung động
những nỗi buồn
sự sẻ chia
trân trọng từng phút giây
từng giá trị
hay những cá tính khác nhau
yêu thương rộng rãi

ngưng chia rẽ
ngưng chia rẽ
ngưng oán hận
ngưng ác ôn bạo lực

ngưng chia rẽ
làm ơn đừng chia rẽ
làm ơn kết nối lại nhau
yêu thương và tử tế
tử tế và những rung động
từ trái tim con người

tìm lại chính mình
tìm lại tiếng nói đồng loại
tìm lại chính giọng nói
cá tính của tình yêu

Tưởng nhớ
biển
chân trời
đại dương
đang biến mất

Tưởng nhớ
thời gian đang đi qua
tuổi trẻ của trí huệ và những giọt máu rơi
những cái chết
dịch bệnh tràn lan
khắp toàn cầu
hoảng hốt

Tưởng nhớ
những thân phận
đơn côi
những cuộc đời buồn chán
những cái chết bất thình lình

Tưởng nhớ
tôi
một trái tim buồn bã
một con người
giữa hàng triệu con người

Tưởng nhớ
những bài thơ đã chết
một nhà thơ đã chết
hay một nhà thơ đang yêu

Tưởng nhớ
tưởng nhớ
mùa Tết đang đến và đi
mùa thanh xuân còn lại
nụ cười
trong tim
hay giọt nước mắt
trên môi hôn

Không phải ngày tận thế
và không thể ngày tận thế
những dịch bệnh hoành hành
xuất hiện
những cơn ho
những chiếc phổi phập phồng mang cá
những cái chết
những lò thiêu
những giường bệnh khắp nơi

Không phải ngày tận thế
và không thể ngày tận thế
đại dịch của thiên tai
hay của chính cái ác
của con người vô tận
của lòng trắc ẩn bị thương tàn
của lòng từ bi đã mất

Không phải ngày tận thế
và không thể ngày tận thế
những cái chết
từ bệnh dịch
những ai oán buồn than
cả nhân loại lao đao
một phần chết
một phần được cứu sống
phần lớn hơn ra sức cứu vớt
chống chọi ngày đêm cùng bệnh dịch

Không phải ngày tận thế
cùng nắm tay
thương nhau thật lòng
nhỏ những giọt máu lành
không hôi tanh mặn chát
nhỏ những giọt sương mai
như trẻ thơ khóc
nhỏ những tiếng thở dài
của tình yêu và loài người

Không phải ngày tận thế
hãy thương nhau nhiều hơn
hãy kết lại những bàn tay
sông núi biển dài mênh mông thành một
đại dương sâu thẳm hiền hoà

Không phải chiến tranh
không phải những cuộc nội chiến
những giường bệnh hấp hối
những tiếng kêu than khô khốc trong cổ họng
những lây lan từ người này sang người khác
những cái chết đau đớn
những oan hồn kiệt sức

Không phải chiến tranh
trên khắp toàn thế giới
những đường biên ngăn lại
những lây lan
những đớn đau
không đủ sức cứu chữa
thiếu khẩu trang
thiếu nước rửa tay
thiếu thuốc men
dự bị
số lượng người chết đếm được
từng ngày từng ngày
tăng lên

loài người phá huỷ
chính mình
phản bội tự nhiên

Anh nói với trái tim về sự thật
Lương tâm nói về sự thật
Anh nói với mọi người về sự thật
sự thật của những cái chết
những cơn đau hấp hối
của những virut chết người

Cả thế giới choàng tỉnh
sau cái chết của anh
sau cái chết của nhiều người bị bệnh
sau những cái chết bất thình lình
trong bóng tối

Cả thế giới im lặng
trong những ồn ào
trên những những bức tường trắng
giường bệnh trắng
những chiếc khẩu trang làm mặt nạ
Những mặt nạ mang hình trái tim
cứu vớt nhân sinh

Cả thế giới nhìn nhau
nước mắt nhấn chìm trong đại dương
nhân loại nhìn lại nhau
trong hàng triệu năm đi qua
chuyển dịch
con người tàn hại nhau
hay tàn hại nhau bởi con người
hay những biến chứng của thiên nhiên
từ con người

Cả thế giới nhìn nhau
những chiếc quan tài trong lửa
những tro cốt không còn lưu giữ được
những linh hồn
bay bay bay
đánh bại lại những virut ác tính
đánh bại chúng

để cứu vớt chúng ta
những lần tái sinh
trong những rệu rã vô bờ bến
trong những bất tận buồn
trong những cơn tuyệt vọng vô ngôn

Hà Nội ổn phải không?
Tôi sẽ gặp lại gia đình
tôi sẽ ngồi cafe Hàng Hành
tôi sẽ gặp bác Thiệp
chú Nguyên
tôi sẽ gặp cụ Trần Thanh Cảnh
tôi sẽ đến cảm ơn Kiên
tôi sẽ gặp Phương cùng Nhã Thuyên

Hà Nội bao say sưa
chắc không còn nhiều bực bội
bực bội taxi hà nội
bực bội khói bụi hà nội
bực bội tình yêu hà nội
những phố phường
những hàng cây
bánh cuốn phở bò nem tai
hàng quán vỉa hè

Thanh Hoá ổn phải không?
Tôi sẽ về thăm nhà cha mẹ
tôi sẽ về thăm bà ngoại và ngôi nhà cũ của ông bà
tôi sẽ ngồi bên mảnh vườn của bố
tôi sẽ nhớ ông ngoại rất nhiều
tôi sẽ về làng cổ xưa Mỹ Hào
nơi tôi sinh ra

Hạ Long ổn phải không?
Tôi sẽ nhìn thấy mặt trời lúc bình minh trên vịnh
tôi sẽ gặp lại những ký ức tuổi 20
những tình yêu đi qua
những mùa hè buồn bã

những người bạn gái hồn nhiên
những tiếng cười trong vắt
tôi nhớ những gương mặt méo xệch
giữa những bụi than hồng lấp lánh
những giọt nước mắt mặn hơn đại dương đầy rác

Huế ổn phải không?
Tôi gặp lại Hương Giang
đi vào thành nội
nhảy tung tăng giữa trường Quốc Học
Tôi lại ngồi xích lô ra chợ Đông Ba
tôi lại mặc áo dài tím
lang thang giữa những con đường xanh bóng cây
thành phố của tình yêu
đẹp nhất Việt Nam
tôi sẽ đọc thơ ở đây
cùng những người bạn yêu mến

Hội An ổn phải không?
thành phố của riêng tôi
tuổi thanh xuân độc hành
cafe Hải
phố Hoài
những ngôi nhà cổ xưa
vắng bóng người
những chiếc khăn thêu thùa
quấn cả nỗi nhớ nhung triền miên
không bao giờ dứt
tôi sẽ gặp Maily
trong ngôi nhà Chăm
rực rỡ sắc màu
tôi sẽ gặp Nguyên Ngọc

người cuối cùng của thế hệ xưa
còn sót lại
những gía trị của tự do
của con người nhân loại

Đà Nẵng ổn phải không?
Thành phố bên bờ biển
bảo tàng Chăm
đã trở thành nơi thánh đường đáng sống nhất
cho những người giàu có nhất
tôi sẽ đi ngang qua
tạm biệt nơi này
ở đường băng hun hút
chân mây

Sài Gòn ổn phải không?
Tôi gặp lại Lý Đợi
gặp lại Tươi
gặp lại những chiến binh xưa
gặp lại bao ký ức tìm về
nơi tôi ra đi
từ đây
8 năm về trước
Boo, Nguyệt Phạm
và gặp những tình yêu thi ca
Bùi Chat Anh Anh
K Lưu
Sơn hâm tỉ độ
Vũ Trọng Quang cùng tần số
Nguyễn Vỹ và bác Thành
Quán Văn thân thương
Chị Ý Nhi, Kim Cúc, anh Hoàng Hưng

dịch giả Hiếu Tân
Sài Gòn thành phố của tự do
của những khát vọng bay xa
Việt Nam ổn phải không?
Tôi biết chúng ta luôn ổn
luôn tích cực
luôn lạc quan
trong những tuyệt vọng hoang mang
trong những kiếm tìm
trong những lúc sống
lên bờ xuống ruộng
bầm dập
như những cuộc rượt đuổi
chính mình

trong lúc bệnh dịch
gần nhau hơn
yêu thương nhiều hơn
tử tế hơn
dịu dàng hơn có thể
tôi gặp gỡ những người chưa bao giờ gặp
tôi chạm vào những giọng nói
những cá tính

Tất cả chúng ta sẽ ổn
trong mọi sự bất ổn
bất thành
lịch sử là chúng ta
chúng ta nhìn lịch sử đi qua
những gập ghềnh bất trắc
trong những tích tắc
lặng sâu

Em sắp về Hà Nội
bao nhớ thương xa gần đầy nước mắt
về Hà Nội như những cuộc hẹn hò dâu bể
suối sông chảy về nguồn ra biển mênh mông

Em sắp về Hà Nội
mùa hoa xưa rụng đầy phố bụi
người người ngược chiều nhau
khói bụi hít hà hôn nhau trong mệt nhọc

Hà Nội có còn ai
Phan Vũ hay Hồ Tây lộng gió
Nguyễn Huy Thiệp lang thang trên phố cũ
ngồi xuống nhấp ngụm trà rúc rắc kẹo lạc cầm tay

Hà Nội của chúng ta
khác xa nhau và như nhau
bởi thi ca và tình yêu
tiếng việt

Em chả đủ đầy chứa đựng
không gian thời gian và tình yêu ấy
Em chả đủ khéo léo dịu dàng Tràng An thanh lịch
Em là em im lặng giữa những ồn ào, méo xệch

Nhà hát còn kia, mà vắng bóng những tình ca
Người yêu dấu còn đâu
điệu nhạc buồn

tiếng chó tiếng mèo nhiều hơn tiếng người vọng lại

Em đi trên phố nhỏ tìm lại bà bán xôi đầu ngõ chợ
chợ vẫn đông người, vẫn ruồi nhặng vây quanh
hoa vẫn trên giỏ xe
người người vẫn chạy

Đã đến và còn lại
như lịch sử
thời gian đang trôi

như tình yêu của anh
đầy dối trá và hoang mang
mà nàng vẫn luôn tin có thật
vì nó thật như đất nước anh
như con người anh trong lòng xã hội ấy
trong từng hơi thở
buổi sáng cafe đầy khói thuốc
khói nhang
đầy những ai oán
ca than
ngâm nga
diệu vợi

Đã đến và còn lại
như cuộc đời
trôi đi trôi lại
thiên di
những nỗi buồn trầm uất
những cuộc chia ly
trong im lặng
máu vẫn chảy
loang trong những vùng đầm lầy
trời mây mưa
xanh thẳm
đầy những nụ hoa vàng
và người ta tin rằng
cỏ xanh vĩnh hằng tuổi thơ

tình yêu vĩnh hằng tuổi trẻ

Đã đến và còn lại
nhìn thấy nhau
trong nước mắt
buồn vui có thật
chưa bao giờ tỏ bày
chưa bao giờ nói ra

Đã đến và còn lại
lịch sử và tình yêu
của một dân tộc quá mải mê chia rẽ
quá mải mê ghen tuông
quá mải mê nhìn bóng người
quên đi mặt đất dưới chân mình

Đã đến và còn lại

Anh chưa bao giờ yêu em thật lòng
mà tổ quốc nhắc anh phải yêu em
Anh chưa bao giờ thành thật nhớ em
mà thơ nói lời yêu em thay anh
Anh chưa bao giờ biết mặt em
mà ảo ảnh nhắc gợi anh
Anh chưa bao giờ bên em
giữa những cuộc chiến
Anh chưa bao giờ nắm tay em
giữa những cuộc rượt đuổi
trong mơ
trên những đường băng ngược chiều
trong những chiều bão giông
Anh chưa bao giờ có em
như lời anh hứa
nói yêu em
bên trong em
tinh thần của em

Anh chưa bao giờ
có thật
chưa bao giờ
có mặt trên đời này
bởi vì em
Anh là anh
như bao người đàn ông
quên lãng người đàn bà
như nước chảy hoa trôi
như định mệnh sinh ra
để anh thành một người không phải thuộc về em
chưa bao giờ thuộc về

Không thể tin sự mất mát và nỗi đau này

Tối qua, trước khi tắt máy, bỗng nhìn thấy facebook của chị Ly. Không thể tin được, tôi đọc lại vài lần và xem lần lượt từng tấm hình của chị và gia đình nhỏ cùng bé Lolo thân thương, luôn xuất hiện cùng chị ở thế giới mạng nhỏ bé này.

Tôi biết chị Ly và nhà thơ Hoàng Hưng từ lâu, bởi tình yêu thi ca và văn chương cũng như nghệ thuật, và tôi gặp chị ở đây, thế giới kết nối này... vô cùng yêu mến chị bởi tình yêu với nghệ thuật, bởi sự nữ tính tràn đầy trong thơ và sự dịu dàng trong cuộc sống.... và Lolo như một biểu tượng trong thơ chị, và cũng là biểu tượng của tình yêu vĩnh hằng mà chị có. Bài thơ Ôm cây tặng chị có trong Người mang nước, tôi từng đọc và gửi cho chị nghe qua audio. Đến lúc này tôi vẫn vô cùng choáng váng bởi tin người chồng và tình yêu duy nhất ấy ra đi, đột ngột. Cả đêm qua tôi thao thức bởi tôi hình dung ra nỗi đau này, nỗi đau của những người yêu nhau tột cùng đến cái chết cũng không thể lìa xa, và nó luôn làm cho ta dừng lại để tiếp tục sống trong bao kỷ niệm và nhớ thương, bao mong đợi và giờ chỉ là những giấc mơ để gặp lại. Ôm chị thật chặt, ôm Lolo, cho cả lần lỡ hẹn về việt nam lần này vào ngày hôm nay, trên một chuyến bay đã không thể cất cánh. Trân trọng tình yêu vĩnh hằng và duy nhất của chị,

Hà Nội lockdown
Nhà bạn Minh bán bánh ngọt
Chú Nguyên dịch sách đọc thơ
Lão Trần Thanh Cảnh x đi được cafe hàng hành
Chị Kim Anh mua bầu bí đầy nhà
nguyễn mạnh hà viết điểm phim super

Hà Nội lockdown
Những quán phở vắng
đường phố vắng
ngủ yên
hàng cây ngủ
gánh hàng hoa hoa đi ngủ

Hà Nội lockdown
loa phường thông báo
tất cả ngồi yên ở nhà
pha trà hát karaoke
nấu ăn rửa bát dọn nhà
viết thư tình
truyền tin làm cách mạng/ chống dịch

Hà Nội lockdown
đã hơn 50 năm
không phải chạy xuống hầm
không phải chạy khói bom rải đạn
để giữ khoảng cách
để tránh dịch bệnh
Bạch Mai trái tim hồng

Hà Nội lockdown
ai cũng nhớ kẹt xe
khói bụi
ai cũng nhớ cafe hàng quán vỉa hè
trà chanh chém gió
không còn chỗ lấp ló bon chen

Hà Nội lockdown
bác chủ tịch làm rất kịch/liệt
sát sao quản lý nhân dân
không ra đường vô lý do
không ra đường như ngày cũ
ở nhà tối đa

Hà Nội lockown
tiệm thuốc luôn sáng đèn
bao cao su cháy hàng
các ô cửa sáng đèn đêm muộn
sông hồng lộng gió
không một bóng người qua

Anh yêu em đứng cách xa 2m
Em yêu anh đứng cách xa 2m
ngồi xa 2m
nằm xa 2m
làm sao làm tình cách xa 2m

Khẩu trang 3 lớp màu xanh bịt mồm
cách xa nhau 2m
làm sao hôn nhau cách xa 2m

Tay trong găng tay
bấm thang máy
nín thở
không hắt hơi

Tay trong găng tay
không chạm
không sờ lên mặt
lên mắt

Rửa tay 12 bước
trong vòng 20s

Cách ly 14 ngày
không nhìn thấy nhau
không gặp gỡ
liệu có héo hon
liệu có buồn bã hơn
liệu còn thương nhau trong mùa đại dịch này

thế giới như sa mạc
các thành phố ma
không bóng người

hoa vẫn nở xuân sang
nắng vẫn lên
siêu trăng vẫn mọc

nhân loại có đổi thay
sau cuộc càn quét này

Tôi ý thức về cơ thể gầy của tôi
2 xương quai xanh nhô lên trong chiếc cổ áo rộng
2 bầu vú cạn sữa phẳng lỳ
chứa đầy những cục hạch nhỏ
di tích của đất nước tôi
chiến tranh và nghèo đói

Tôi ý thức về gương mặt gầy của tôi
gương mặt của gò má cao hàm rộng
những nụ cười chất chứa nhiều đắng cay kết lại
thành những nếp nhăn V line

Tôi ý thức về đôi mắt sáng của tôi với đôi mắt kính
màu tím gắn liền cánh bướm
tôi chỉ tháo nó ra trong bóng đêm khi tôi ngủ
Có lúc tôi không thể nhìn thấy gì ngay cả lúc mặt trời sáng rực
Có lúc trong đêm trùng trùng tôi nhìn thấy những bài thơ
những ý niệm
cuộc đời

Tôi ý thức về vầng trán của tôi
ADN của mẹ
trí thông minh và cảm xúc bất ngờ

Tôi ý thức về mái tóc màu phương đông xa xôi
đếm được vài sợi bạc
tóc tôi rụng như mùa lá chết
rụng suốt quanh năm

Tôi ý thức về đôi bàn tay của tôi
gầy guộc xương khẳng khiu cứng cỏi
đôi bàn tay tôi yêu nhất
đẹp nhất
đôi bàn tay viết
đôi bàn tay nâng niu tình yêu

Tôi ý thức về giọng nói của tôi
cất lên bằng tiếng việt vang vọng
trầm bổng nhớ quê hương

Tôi ý thức về cách phát âm của tôi
và những ngôn ngữ khác
tôi nhút nhát đứng trước sân khấu
để cất lời để trình diễn

Tôi ý thức về sự nhầm lẫn của mọi người dành cho chính tôi
Tôi ý thức về sự ghét bỏ dành cho tôi
Tôi ý thức được những thị phi với tôi
Tôi ý thức thức về sự tự do của tôi
Tôi ý thức về sự tối giản của tôi
Tôi ý thức về sự ngây ngô của tôi

Tôi ý thức về chính tôi
sự tồn tại của tôi
sự gầy của tôi
sự xấu một cách tự nhiên của tôi

Tôi yêu chính tôi
cơ thể gầy guộc
đôi mắt sáng
nụ cười hiền
giọng nói trầm trầm

Tôi yêu chính tôi
những nếp nhăn
sự phẳng lỳ
sự không toàn bích

Tôi yêu chính tôi
ADN của mẹ cha
của quê hương đất nước này
của tình nhân loại bốn phương

Tôi yêu chính sự tồn tại này

Tôi bắt đầu khóc khi chào đời
Tôi bắt đầu yêu đương khi trái tim tôi thổn thức
Tôi bắt đầu ý thức về ego bản ngã
cũng là lúc tôi thiền ở tuổi 20

Tôi bắt đầu sống ở một quê hương khác
khi tôi có tình yêu vĩnh hằng
những đứa trẻ
thi ca
sự tuyệt vọng
lưu vong

Tôi bắt đầu nhận ra
những ngôn ngữ khác nhau
mà tôi bắt đầu học
cho tôi biết những người bạn mới
những cuộc đời khác biệt

Bắt đầu trên những chiếc thuyền lênh đênh vượt sóng
bắt đầu những nỗi im lặng đắng cay
bắt đầu những tra tấn tinh thần và những cuộc vượt đuổi
bắt đầu ở một quê hương khác
bắt đầu từ những bài học mới
sự hội nhập mới

bắt đầu những nỗi nhớ thật xa
bắt đầu những niềm tin và hy vọng
sự khởi đầu mới
sự khởi đầu mới
từ những ngày đã qua
trở thành hiện tại
hiện tại trở thành quá khứ
tương lai từ hôm nay

Mùa hè tháng 7 năm 2019
những cơn nóng gần 40 độ
Brussels hầm hập
những cơn mưa âm u chạy trốn
mùa hè như lửa
rừng cây im lặng
những bông hoa héo như cuối mùa rũ rượi
cỏ ngoài vườn khát cháy

Biến đổi khí hậu
châu âu như một sa mạc
mùa hè ở Avigon gắt gao
trên núi cao những cánh đồng oải hương im ắng
hương thơm cất giấu trong những căn hầm
của lâu đài hàng trăm năm
những hầm rượu
trở thành nơi đặt chân trú ngụ

trở về rừng tre nhiệt đới
như quê mẹ ôm vào lòng
dịu dàng xanh mượt

tre không cần nước
vẫn vươn lên mầm măng
thành những đốt thẳng hàng
hiên ngang sống

tre không cần nước
chỉ cần có đất tồn tại
chỉ cần nắng và cháy bỏng
vượt qua những âm u tù đọng
tre thẳng hàng
Biến đổi khí hậu
hay thực chất là biến đổi lòng người
sự tha hoá
khốn cùng
cái giá phải trả cho những phát kiến và văn minh
loài người vẫn sống và loay hoay

tin hay không tin
tồn tại hay không tồn tại
Bio hay hoá chất
bản sắc và văn hoá đa dạng
những giá trị truyền thống và nhân bản
tự do và quyền sống với nhân phẩm con người

tồn tại song song
chấp nhận và phát triển bền vững
lịch sử vẫn đi về phía trước
nó có thể đổi thay
như khí hậu toàn cầu
trong hàng trăm năm hay hàng nghìn năm tự chuyển hoá

như cơn mưa tháng 7 chưa từng có
ở nơi tình yêu này
Brussels

Tình yêu, sau nhiều năm bên nhau, sống cùng nhau, càng say mê nhau, bởi cả 2 cùng lớn lên, cùng học hỏi ở nhau những khác biệt và nhận ra, hoà cùng làm một trong từng ý nghĩ, trong từng sự sẻ chia, sự có mặt, sự thương yêu, gắn bó…. Đó là sự say mê trong cả những hiện hữu hay rối bời mà mỗi buổi sáng luôn muốn nằm ở bên nhau mãi mãi, dù im lặng trong những tiếng thở trôi qua, hay những vuốt ve, những thói quen luôn mới.

Tình yêu, đó là đôi bàn tay chạm vào, sự thẩm thấu chuyển động đến từng tế bào, từng dòng máu chảy, sự tan ra thật nhẹ, đắm chìm, mê mải, sự thưởng thức từng phút giây…. Đôi bàn tay ấy, thật ấm và mềm mại. Chỉ đôi bàn tay ấy, làm ta thức tỉnh, làm ta tin yêu, làm ta thoát khỏi những cơn ác mộng trần gian, những cuộc rượt đuổi. Ta được là chính ta, trong đôi bàn tay ấy. Đôi bàn tay nâng niu tình yêu.

Tình yêu, đó là những ngày tháng khốn khó đi qua, những trở ngại không sợ hãi, những thúc giục mạnh mẽ từ bên trong để gắn kết, để sống cùng nhau thực chất ở 2 con người, 2 thực thể với mọi sự

Tôi là một cây thạch lựu mộc, một cây thân gỗ, có hoa màu đỏ, trái có thể ăn được hoặc không. Tôi yêu rừng và mơ ước ở rừng. Tôi ở giữa rừng người 8 tỷ trên trái đất giữa màu xanh và những màu khác. Đã bị biến đổi. Biến đổi khí hậu nhưng thực ra đó là sự biến đổi tha hoá của con người. Tôi yêu thương rừng, yêu màu xanh tự nhiên. Sắc màu của triết học.

Chúng ta đã cùng nhau trong rừng, một kỷ niệm cho những chuyến tàu hoà bình và sự chuyển động kết nối. Kết nối những bàn tay, những sắc màu và những thông điệp chung cho ngôi nhà của chúng ta, trái đất và màu xanh.

Trên chuyến tàu đến Mechelen của 1 ngày phủ định, sắp sang đông. Tôi nhớ đến bạn. Nghĩ về tình bạn. Những người bạn gái. Chuyến tàu đầu tiên ở Bỉ cũng là từ Brussels đi Mechelen, đó là chuyến tàu của cuộc cách mạng cơ khí và kỹ thuật. Sau 2 thế kỷ, chúng ta có những chuyến tàu của tình yêu, hoà bình và nhân loại. Những chuyến tàu của thi ca và nghệ thuật để làm cho thế giới tốt đẹp hơn, bình an hơn.

Trong lúc ngồi metro trên đường về nhà, tôi bắt gặp một người phụ nữ đang khóc. Tôi đến hỏi bà ấy có ổn không? Bà đang nghe nhạc và sau đó bà mở sách ra đọc. Trước khi rời khỏi chuyến tàu hàng ngày của tôi, bà khóc nhiều hơn. Tôi không biết bà đang hoá thân vào những giai điệu hay bà đang đau khổ cho cuộc đời này hay cho số phận mình…. Tôi thương những người phụ nữ, những người bạn gái. Tôi đồng cảm với họ. Tôi muốn chia sẻ và bảo vệ họ khỏi những rượt đuổi, những đói nghèo thân phận. Tôi gặp và nghe các bản tin hàng ngày về nhiều người phụ nữ trên khắp mọi nơi trên mặt đất này, hạnh phúc và khổ đau, tận cùng bất hạnh, và họ vẫn sống, phải sống, tiếp tục tồn tại.

Liên lạc Tác giả
Quỳnh Iris de Prelle
quynhdeprelle@gmail.com

Liên lạc Nhà xuất bản
Nhân Ảnh
han.le3359@gmail.com
(408) 722-5626

www.ingramcontent.com/pod-product-compliance
Lightning Source LLC
Chambersburg PA
CBHW021428070526
44577CB00001B/111